சபிக்கப்பட்ட காதல்

கவிஞன் மொழி

ஏலே பதிப்பகம்

சபிக்கப்பட்ட காதல்
ஆசிரியர் ©கவிஞன் மொழி

முதற்பதிப்பு 2020
இரண்டாம் பதிப்பு 2021
பக்கங்கள் 32

புத்தகத்தின் முழு உரிமையும்
ஆசிரியருக்கே சொந்தமாகும்
©KavignanMozhi
ISBN : 978-81-953454-9-6

புத்தகம் முழுவடிவமைப்பு மற்றும் வெளியீடு
ஏலே பதிப்பகம்
மின்னஞ்சல் முகவரி
Aelaypublish@gmail.com
phone – 9944992571

Published by
© AelayPublish
www.aelaypublish.com

இது கவிதையும் இல்லை
கதையும் இல்லை
இது யாராவது படிக்க வேண்டும்
என்பதற்காக எழுதப்பட்டதும் அல்ல
என் ஆத்ம திருப்திக்காக

எழுதிய ஒரு சிறு பதிவு
ஆதலால் படித்துவிட்டு
ஒன்றுமே இல்லையென்று
யாரும் திட்ட வரவேண்டாம்

நீங்கள் விருப்பத்துடன் படிப்பதற்கு
இதில் எதுவும் இல்லை
இதில் இருப்பதெல்லாம்
ஒரு சபிக்கப்பட்ட விருப்பத்தின்
சிறிய புலம்பல் மட்டுமே
எல்லாவற்றையும் கடந்து வந்த பிறகு,
நான் இந்த பதிவை எழுதிக்கொண்டிருப்பதில்
எந்த நியாயமும் பலனும் இல்லை என்பது எனக்கும்
தெளிவாகவே தெரியும் ஆனாலும் திடிரென கண்ணில்
கண்ணீர் வடிய ஆரம்பித்துவிட்டது.
இது வழக்கமான ஒன்றாக இருந்தாலும்
இப்போது என் கைகளில்
ஒரு பேனாவும்
எழுதாத பழைய நோட்டும்
கிடைத்திருக்கிறது.
அதை வைத்துக் கொண்டு

என்னையே மறந்து
எழுத ஆரம்பித்திருக்கிறேன்
ஆதலால் எங்கேயேனும் தவறுகள் இருந்தால் (நீ
மன்னித்துவிடு இதை நீ படிக்க நேர்ந்தால்) மற்றும்
நீங்களும்

அன்புடன்
கவிருன் மொழி

கவிஞன் மொழி

நம்ம எவ்ளோ அழகா இருக்கோம்னு
முடிவு பன்னி ஒரு அழகான பொண்ணு மேல காதல் வராது
அதுவா வரும் அதோட வலிய மட்டும் தந்துட்டு போகும்
அப்படி தான் அமுதாவும் அவளை வர்ணிக்கத்தான் நான்
கவிதையே எழுத தொடங்குனேன் அப்படி ஒரு அழகி ஆனா
அந்த அழகிய காதலிக்க நான் தகுதியானவனானும்
யோசிக்காமலே காதலிக்க ஆரம்பிச்சிட்டேன்

என் வாழ்க்கையயவே அது தான் மாத்துச்சி
சொல்லிருயிருக்கலாம் சொல்லியிருந்தா ஒரு அழகான
காதல் நிச்சயமா கிடைச்சிருக்கலாம்
ஆனா என்னால் சொல்லவே முடியல

ஒரு தாழ்வு மனப்பான்மை
எனக்குள்ள இருந்துட்டே இருந்துச்சி
நீ கிடைக்காம போறத விட
நீ என்ன நேரடியா வெறுக்குறத பார்க்க கூடாதுனு
நினைச்சேன்

ஆனா விதி என்ள விடவே இல்ல
நான் பயந்த வலிய எனக்கு தேடி வந்து கொடுத்தும் . \
நம்ம பயப்பட்டு ஓடுரதால
இந்த வாழ்க்கையில் எதுல இருந்தும்
தப்பிக்க முடியாது என்ற ஒரு நிசர்னம்
எனக்கு அப்போ தான் தெரிஞ்சது

முதன் முதலா உன்ன பார்த்த நினைப்பு
எனக்குள்ள இன்னும் அப்படியே இருக்கு
அந்த உன்னோட பார்வை நெளிஞ்சிக்கிட்டு
நீ நடக்குற அந்த நடை
உன்னோட பேச்சு எல்லாமே
என் மனசுக்குள்ள அப்படியே இருக்கு

என்னால எதார்த்த உண்மைய
ஏத்துகிட்டு கடந்து போகவே முடியல
எதாவது ஒரு இடத்துல நீ தான் வந்து நிற்கிற

ஒருவேளை நான் அழகா இருந்திருந்தா
என்ன நீ காதலிச்சிருப்பியோ என்ற வலி
இன்னும் எனக்குள்ள இருக்கு

ஒரு நாள்
என்னோட காதல் சொல்லனும்னு
உன் பக்கத்தும் வந்து நின்னேன்
நீ என் மூஞ்ச கூட பார்க்காம
உன் மூஞ்சிக்கு லவ் வேறையானு சொல்லி
என்ன கடந்து போகிட்ட

ஆனா நான்
அந்த இடத்துல தான் நிக்கிறேன்
எந்த ஒரு பொண்ண பார்த்தாலும்
நீ சொன்ன வார்த்தை தான்
எனக்கு நியாபகம் வரும்
இன்னைக்கு வர நான்
ஒரு பொண்ணுகிட்ட கூட
நான் கண்ண பார்த்து பேச முடியாததற்கு
காரண்ம் அது மட்டும் தான்

சத்தியமா முடியல
எத்தனையோ நாள்
நான் அழுதிருக்கேன்
தூங்க முடியாம தினறியிருக்கேன்
நீ கிடைக்கல என்பத விட

நீ என்னை வெறுத்ததை தான்
என்னால தாங்கவே முடியல
அழகா பிறக்குறது நம்ம கையில இல்லையே
நம்ம எப்படி பிறக்குறோம்னு
நம்ம கிட்ட கடவுள் முன்னவே
சொல்வதும் இல்ல
அப்படி சொன்னா கூட
நம்ம அம்மா வயித்துலயே
தற்கொலை பன்னிக்கலாம்
ஆனா அப்படி இல்லையே
அவன் இஷ்டப்படி ஒரு உடலை படைச்சிட்டு
எந்த கட்டுப்பாடும் இல்லாத
மனச ஆண்டவன் படைச்சிட்டான்
எல்லாருக்குமே அது ஒன்லா தான் இருக்கு

அன்போ
காதயோ
காமமோ
வலியோ
சந்தோசமோ
அது எல்லாருக்கும் ஒன்னாதான இருக்கு
ஆனா அதை புரிஞ்சிக்க தான்
எல்லாருக்குமே கஷ்டமா இருக்கு
நமக்கு அது கிடைக்காதுனு தெரிஞ்சி
அதுமேல ஆசை வைக்காமலோ
அது கிடைக்காம போன பிறகு
அழுது பொழம்பாத மாதிரியோ

மூஞ்சி போல மனசும்
அசிங்கமா இல்லையே
அது அழகாதான் இருக்கு

உன்ன எவ்ளோ நேசிச்சனும்
உன்ன எவ்ளோ காதலிச்சனும்
உமக்கு நான் சொல்லாட்டி கூட
அது கண்டிப்பா
உனக்கே தெரியும்

அந்த அளவுக்கு என்னோட வாழ்க்கை
உன்ன சுத்தி சுத்தி வந்தத நீ பார்த்த
நான் என்னமோ
உன் பார்வை பூமேல விழுற மாதிரி உணர்த்தேன்
ஆனால் அது செருப்பை விடவும் கீழாக இருந்தது
என்பதை உணரத்தான் எனக்கு இவ்ளோ காலம்
ஆனா அதை உணர்ந்த பிறகு கூட உன்ன மறக்கவும்
வெறுக்கவும் முடியாதபடி

நான் தினறிட்டு இருக்கது தான்
நிச்சயம் சாபமா இருக்கும்

ஏய் அமுதா
என்ன உனக்கு பிடிக்கலயானும்
உன் கன்னத்துல அறைஞ்சி கேட்கனும் போல இருக்கு

அவ்ளோ வலி எனக்குள்ள
அவ்ளோ உரிமையும் உங்கிட்ட இருக்கதா
நான் நம்புறேன்

ஆனாலும்
உனக்கு என்னை பிடிக்கலனும்
எதார்த்தமும் எனக்கு புரிஞ்சி
ஒரு குழந்தை மாதிரி அழ ஆரம்பிச்சிடுரேன்

என்கிட்ட முதன் முதலா
நீகேட்ட வார்த்தை ஆஸ்ட்ரோ மணி எத்தனை
அந்த வார்த்தை தான் என்னோட காலமா இருக்கு !

நீ அப்போ உரிமையா என் பேரை சொல்லி கேட்ட
அத மறந்துற கூடாதுனும்
நான் யார்கிட்டயும் உரிமையா இருக்காம
எல்லார்ட இருந்தும் தள்ளி இருக்க ஆரம்பிச்சேன்
உனக்கு அப்புறம்
என் போர் சொல்லி
உரிமையா கூப்பிட்டு மணி கேட்டவங்க
யாரும் இல்ல

யாரும் கேட்க கூடாதுனே
வாட்ச் கட்டு பழக்கத்தை
கொஞ்சம் கொஞ்சமா விட்டேன்

ஆனா நீ
இவ்ளோ தூரமா போய்
நான் தனியா ஆகிடுவேனும் தான்
நான் நினைக்கவே இல்ல
இப்போலாம் சாப்பிட்டியாலும் கூட
எங்கிட்ட கேட்க உரிமையா யாருமே இல்ல
அந்த அளவுக்கு என்ன சுத்தி
ஒரு தனிமை இப்போ நிறைஞ்சி இருக்கு
யார்கிட்டயும் பேசவும் பிடிக்கல
உன்ன நினைச்சிக்கிட்டேன்
அப்படியே செத்துடுரேன் அமுதா

காலேஜ்க்கு ஹாஸ்டல்க்கு போன
முதல் நாள் என்னால மறக்கவே முடியாது
நான் யாரையுமே அவ்ளோ மிஸ் பன்னல
ஆனா நான் உன்ன மிஸ் பன்னேன்
நம்ம காதலிக்கலனாலும் கூட

உன்ன ஒரு நாள் கூட நான் பார்க்காம
இருந்ததே இல்ல உன் தெருவ
சுத்தி சுத்தி வந்து உங்க பக்கத்து வீட்டு ஜான்சி அத்தை
யாரையோ காதலிச்சி தான் சுத்தி சுத்தி வாரனும் நல்லாவே
தெரியுது மருமகனேனு உன் கண் முன்னாடி தான்
என்ன கேளி பன்னாங்க
ஆனா உனக்கு மட்டும் நான் காதலிச்சது தெரியல

இப்படி ஐஞ்சு வருசும் உன்னையே

சுத்தி சுத்தி வந்தவனுக்கு
அந்த ஹாஸ்டல் ஒரு ஜெயிலாத்தான் இருந்துச்சி
உன் போட்டோவ வச்சி
போர்வை மூடி அழுததை
என் ரூம்ல உள்ளவங்க
ரொம்ப லவ்வோனு கேட்டதுக்கு
ஆனா அவளுக்கு என்ன பிடிக்காதுனு
சொல்ல எனக்கு எவ்ளோ வலிச்சதுனும்
எனக்கு மட்டும் தான் தெரியும்

எங்க ஹாஸ்டலே என்ன
ஒரு ஒரு தலை காதல் ஜோக்கராத்தான்
பார்த்தாங்க நீயும் அப்படித்தான்
என்ன பார்த்தனும்
எனக்கு நல்லாவே தெரியும்

ஆனாலும் உன்ன வெறுக்க முடியாம
காதலிச்சிட்டே தான் இருந்தேன்
உன்ன அவ்ளோ உருகி உருகி நேசிச்சேன்
இந்த நேசிப்பு பிரிய தான் போகிறது என்றாலும்
உன்ன நேசிக்கும் போதே
அந்த ஆத்ம திருப்தி எனக்கு கிடைச்சிட்டு

என்னோட வாழ்க்கையிலே
நான் மறக்க முடியாம
தவிச்சிட்டு இருக்க ஒன்னு
அந்த நிகழ்வு தான்
எந்த மனுசனுக்கும்
அது வரக்கூடாதுனும்
நான் வேண்டியிருக்கேன்,

காலேம் முடிஞ்சி ஹாஸ்டல்
லீவுக்கு நான் வீட்டுக்கு போற பஸ்ல
நீயும் வருவேனும் நான் எதிர்ப்பார்க்கயே இல்ல
அதுவும் கல்யாணம் முடிஞ்சி
உன் கணவன் என் பக்கத்துல வந்து உட்காருவாருனும்
என்னோட கனவுல கூட அப்படி ஒரு கெட்ட கனவு
வந்ததில்லை

ஆனா நிஜமாவே நடந்துச்சி
உன் கழுத்துல தாலி பார்க்கும் போது
நீ அவன் கூட என் பக்கத்துலயே
கொஞ்சி பேசி சிரிக்கும் போது
எனக்கு என்ன செய்யனே தெரியல
பஸ்ல இருந்து குதிச்சிடலானும் தோணுச்சி

ஆனா
என் மனசுல இருந்த காதல்
என்ன சாகவும் விடல

தண்ணி,சிகரெட்,கஞ்சா
எல்லாத்துக்கும் அடிமையானேன்
ஆனா அது எதுவுமே என் வலிய குறைக்கள
என்ன கூட கொஞ்சம் தான் அழ வச்சது
உன்னோட நிழல்ல ஐஞ்சு நிமிசம் நிற்க
நான் ரொம்ப ஏங்கிருக்கேள்
அதோட இதம் எப்படி இருக்குனும் உணரனும்னு
ரொம்ப ஆசைப்பட்டிருக்கேன்
ஆனா இப்போலாம்
உன்ன தூரத்துல பார்த்தாலே
ஒளிஞ்சி வேற பாதையில் போரேன்
உன்ன நெருக்கு நேரா பார்த்தா
உடனே அழுதுடுவேனும் ஒரு பயம்

எவ்ளோ தான் உள்ள பார்க்காம
நான் ஒளிஞ்சே வாழ முடியும்
கடவுள் விடல மறுபடியும்
அன்னைக்கு பஸ் ஸ்டாப்ப
உன்ன பார்த்தேன்
உன் கையில் இருக்க குழந்தைய பார்த்த பிறகு தான்
உனக்கு குழந்தை பிறந்ததுனே
எனக்கு தெரியும்
எவ்ளோ வலி இருந்தாலும்
உன்குழந்தைய கையால தொட்டு பார்க்கனும்னு
ஒரு ஆசை என்னோட அழுதா ஒரு அம்மாணும்
ஒரு சந்தோசம் .

ஆனாலும் கொஞ்ச நேரம் கூட
என்னால் நிற்க முடியல
அழுகைய அடக்கிட்டு வேகமா நடந்துட்டேன்
அப்புறம்

கடவுள் கிட்ட
இனி பார்க்கவே கூடாதுனும்
வேண்டிக்கிட்டேன்
ஆனாலும் கூட ஆண்டவன் பாவமே
பார்க்காம
அவன பார்க்க போன இடத்துலயே
உன்ன திரும்ப வர வச்சான்

நீயும் உன் குழந்தையும்
உன் புருசனும் சந்தோசமா நின்னு
சிரிச்சிட்டு இருந்தீங்க

ஏதோ என் வாழ்க்கை
என்னை வீட்டு கொஞ்சம் தள்ளி
சந்தோசமா நிற்கிற மாதிரி தோனுச்சி

கண்ண மூடி எல்லாரும் நல்லா இருக்கனும்னு
உன் குழந்தைய ஒரு தடவை பார்த்து
உன் குழந்தைக்காகவும் கொஞ்சம் வேண்டிக்கிட்டேன்

இப்போ
என் வாழ்க்கைய விட்டு
முழுசாவே நீ விலகி போய்ட்ட
ஆனாலும் இந்த நொடி கூட
உன்ன எந்த காரணத்துக்காக
வெறுக்கனும்னு எனக்கு தெரியல
உன்ன நிறைய நேசிச்சே பழகிட்டேன்
எப்படி வெறுக்கனும் எப்படி மறக்கனும்னு கூட
எனக்கு தெரியல

உன்ன வர்ணிக்க எழுத
தொடங்குன கவிதை இன்னும்
உள்ளத்தான் சுத்திகிட்டு இருக்கு
உன்ன உன் குழந்தையோட பார்த்தப்பவே
கிட்ட தட்ட என் கவிதையும் என்ன வீட்டு பொய்ட்டு

உன்ன தவற வேற
ஒரு பொண்ண மனசால கூட
நினைச்சி எழுத முடியல
நேத்து வரைக்கும் உன்ன நினைச்சி
புலம்புனேன் இப்போ
நீ தந்த கவிதையும் நினைச்சி புலம்ப
ஆரம்பிச்சிட்டேன்

சில எதார்த்த உண்மைகள்
மனசுக்கு சரினும் புரிஞ்சாலும்
அத மனசு ஏத்துக்குறது ரொம்ப கஷ்டம் |

அது மாதிரி இந்த உலகத்துக்கு
நீயும் நானும் வேறு யாரோகவோ இருந்தாலும்

நாம் ஒன்னா கலத்தவங்க தானும்
நீயே வந்து சொல்லு அமுதா
நானே நினைச்சாலும் இனி என்னால்
உன்ன மறக்க முடியாது

மன்னிச்சிரு அமுதா

மன்னிச்சிரு அமுதா